Orri

og

Orca (Háhyrningurinn)

eftir Idu Surjani

Mynd og hönnun: Ida Surjani & J.A. Gunnarsson

Ida Surjani, Kópavogur 2014

© Höfundur texta: Ida Surjani

© Mynd og hönnun: Ida Surjani & J.A. Gunnarsson

ISBN 978-9935-9204-2-3

J-A-G BOOKS

www.idasurjani.com

Tileinkun

Ég tileinka þessa bók hinum yndislega syni mínum,
J.A. Gunnarssyni, sem mun fagna 10 ára afmæli sínu á þessu ári.

Þakkir

Sérstakar þakkir:

Til dásamlegu vinkonu minnar og fyrrverandi prófessors, Dr. Suchitra Mouly, fyrir framúrskarandi tillögur hennar og ábendingar.

Til sonar míns, J.A. Gunnarssonar, fyrir að teikna nokkrar myndir í bókina.

Til mannsins míns, Gunnars, fyrir að hjálpa mér með tölvumálin.

Þetta er saga af litlum dreng sem býr á Íslandi. Nafn hans er Orri. Orri er 8 ára gamall. Honum finnst ekki gaman að hundum eða köttum eða fiskum eða öðrum gæludýrum. Hann er reyndar hræðilega hræddur við hunda, ketti og önnur dýr.

Orri

Á skólaferðalagi sá Orri stórt veggspjald frá bókasafni í nágrenninu, með myndum af mörgum hvölum. Hann varð heillaður af hvölunum, sérstaklega Orca eða háhyrningum. Háhyrningar eru hvalategund sem er svört að ofan en hvít að neðan.

Orri elskaði háhyrninga svo sannarlega mikið. Hann langaði alltaf til að sjá háhyrninga. Hann langaði líka til að hafa háhyrning heima hjá sér.

Ég vildi að ég ætti háhyrning

Orri var mjög spenntur þegar hann talaði við pabba sinn: „Pabbi, getum við haft háhyrning heima hjá okkur? Hvernig væri að við að veiddum háhyrning?"

Pabbi Orra svaraði: „Hm .... ég held að það sé ómögulegt, sonur. Veistu hversu stór háhyrningur er? Og hvar og hvernig ætlar þú að geyma hann?"

Orri svaraði: „Ég hef hugsað um það allt, pabbi. Við byggjum risastórt fiskabúr og höfum háhyrninginn í fiskabúrinu," hvíslaði Orri til föður síns með spenning í röddinni. „Við getum sett fiskabúrið í stofuna," hélt Orri áfram með blik í brúnum augunum. „Hvað heldur þú, pabbi? Heldur þú ekki að við getum gert það saman?" Og svo reyndi Orri að sannfæra föður sinn með því að segja: „Ég lofa því að ég skal hjálpa þér að byggja það, pabbi. Getum við gert það?"

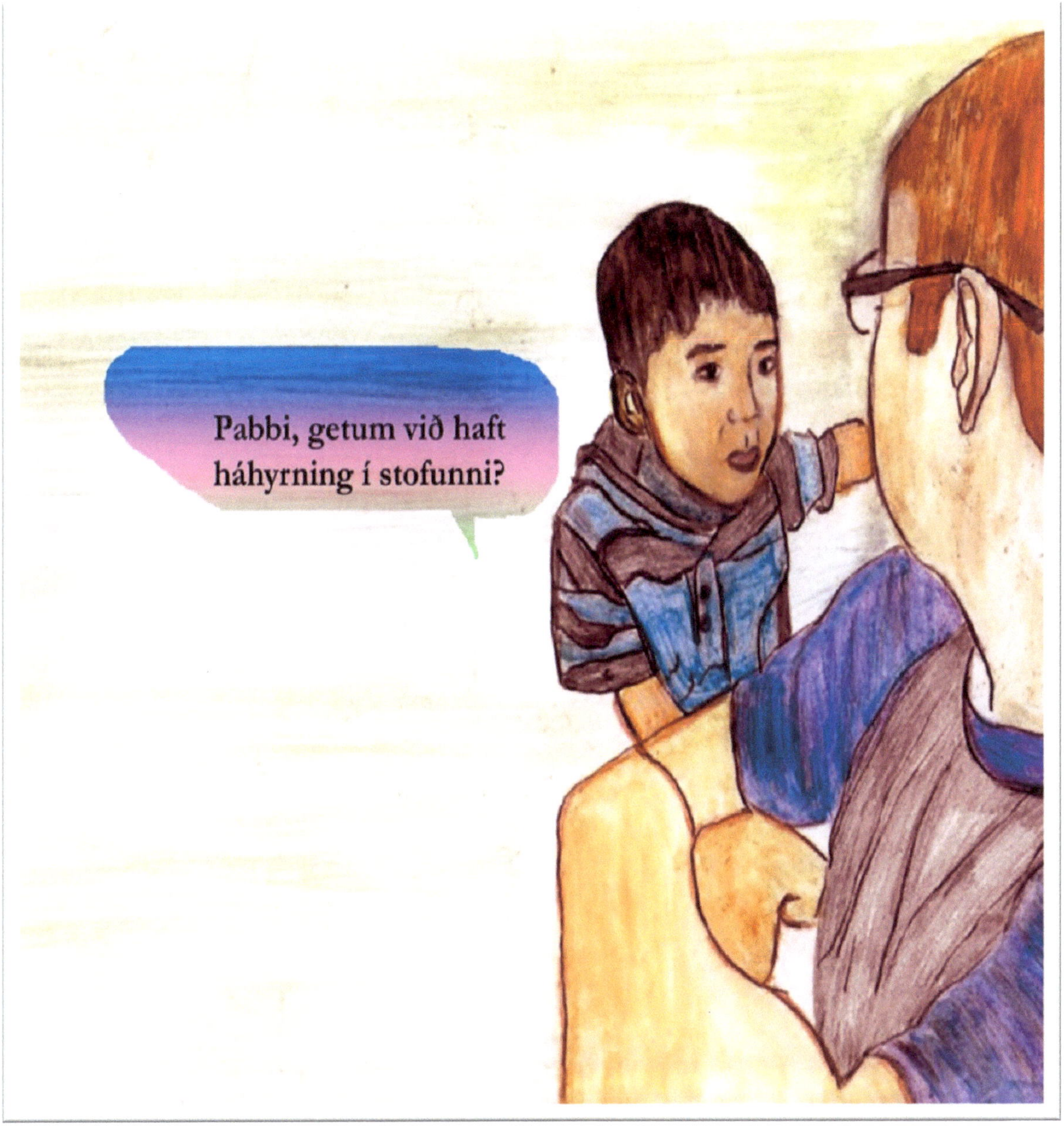
Pabbi, getum við haft háhyrning í stofunni?

Pabbi Orra svaraði að það væri ekki hægt að smíða stórt fiskabúr og hafa háhyrning í því. En hann lofaði að þeir gætu farið að sjá háhyrninga. „Við getum farið í bátsferð og séð hvali. Og ef við erum heppnir þá sjáum við kannski líka háhyrninga. Hvað segirðu um það? Viltu fara í bátsferð? Ertu nokkuð hræddur við að fara út á sjó?" spurði pabbi Orra sem fann innilega til með syni sínum sem langaði til að hafa háhyrning í fiskabúri í stofunni.

Helgi eina keyrði Orri með mömmu sinni og pabba til Grundarfjarðar. Grundarfjörður er bær á norðanverðu Snæfellsnesi á vesturströnd Íslands. Grundarfjörður er lítill en mjög fallegur bær. Fjölskyldan fór í hvalaskoðunarferð frá Grundarfirði.

Það tók um 2-3 klukkustundir að keyra til Grundarfjarðar frá Kópavogi þar sem Orri á heima.

Ferðin sjálf var ekki auðveld því að Orra leiddist aksturinn. Hann spurði aftur og aftur: „Erum við að verða komin, pabbi?" Og einnig: „Hvað er langt til Grundarfjarðar?" Orri var óþolinmóður. Hann gat ekki beðið eftir því að sjá háhyrningana.

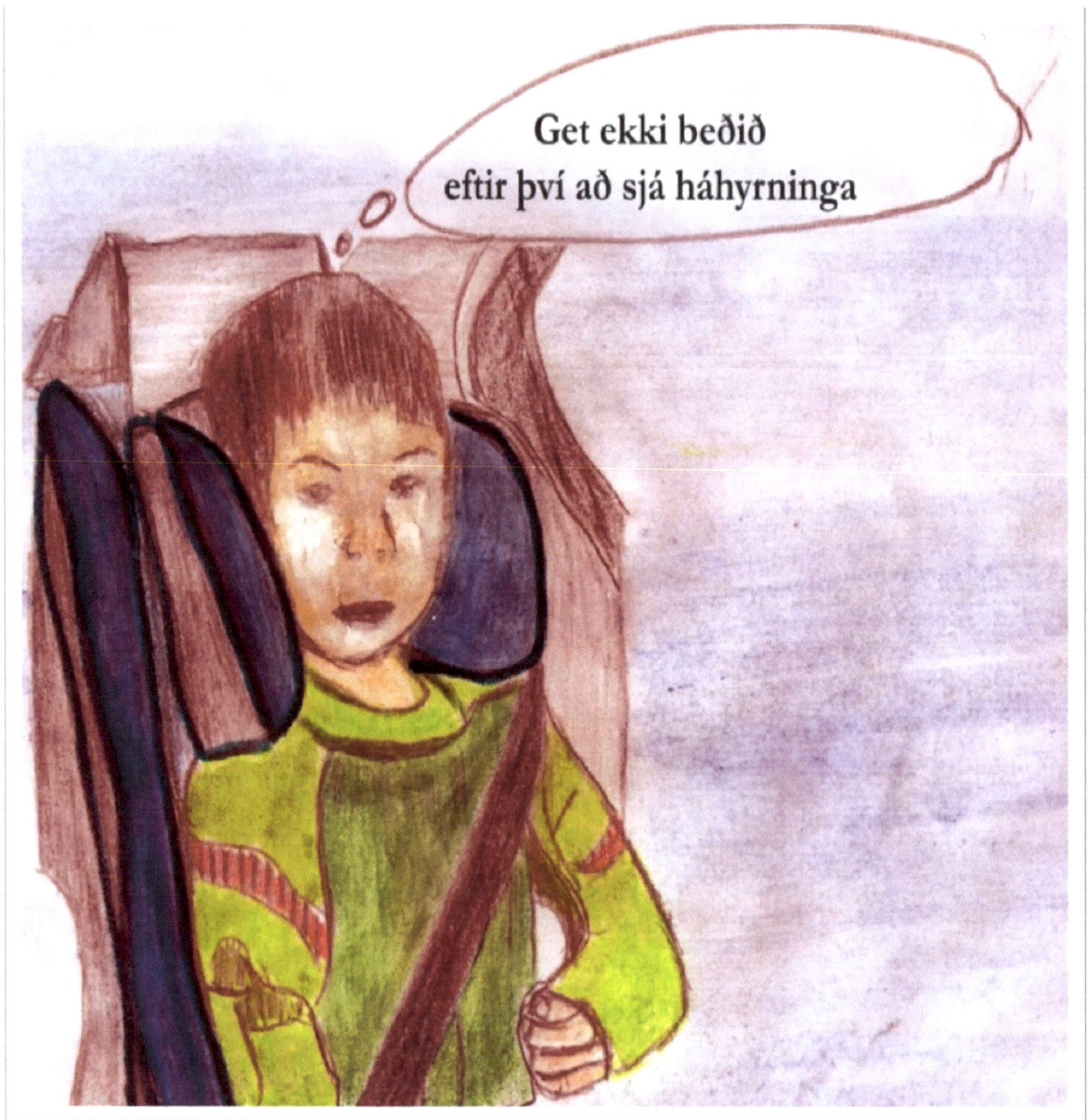

Eftir tveggja og hálfs tíma akstur komu þeir loksins þangað sem hvalaskoðunin byrjaði. Þar voru um tuttugu manns, aðallega erlendir ferðamenn sem elska að sjá hvali í sínu náttúrulega umhverfi.

Þetta var hvass, kaldur og frekar skýjaður dagur í lok mars 2013. Báturinn sigldi í næstum því einn og hálfan klukkutíma og það var ekkert að sjá nema víðáttur hafsins og fuglinn fljúgandi. En skyndilega hrópaði einn fararstjóranna: „Klukkan tólf!" Það þýddi að hægt væri að sjá eitthvað þar sem vísarnir benda þegar klukkan er 12, eða beint framundan.

Þrír höfrungar stukku upp úr sjónum þar sem vísarnir benda klukkan 12

Orri og foreldrar hans, og hitt fólkið á bátnum, fylgdist af spenningi með svæðinu sem leiðsögumaðurinn benti á og vonaðist til að sjá annaðhvort hvali eða höfrunga.

Vá, þetta var ótrúleg sjón! Það var heill hópur af höfrungum að synda og stökkva í sjónum og þeir voru svo nálægt bátnum. Þeir syntu um frjálslega og mjög hratt!

Orri var mjög spenntur og ánægður og hann hrópaði: „Pabbi, sjáðu háhyrningabörnin. Ó sjáðu, hér er annað. Annað háhyrningabarn! Og ó, þarna eru fleiri! Sérðu þá? Einn, tveir, þrír og þarna eru fjórir, fimm og sérðu þá? Ó þarna eru fleiri! Þeir stökkva!"

Orri hélt áfram að telja og benda meðan hann horfði á höfrungana. Hann hélt að þeir væru háhyrningabörn.

Háhyrningur

Höfrungur

Þá snéri báturinn við, því nú var kominn tími til að sigla aftur til hafnarinnar þar sem ferðin hófst, og Orri sá stundum nokkra höfrunga á leiðinni. Þegar Orri sá að ferðin var næstum á enda og þeir voru á heimleið spurði hann foreldra sína vonsvikinn: „Af hverju sá ég bara háhyrningabörn? Hvar eru pabbar þeirra og mömmur?"

Foreldrar Orra reyndu að friða hann með því að segja að höfrungarnir væru jafn sætir og háhyrningar. En Orri var ekki ánægður. „Þetta eru litlir háhyrningar, þeir eru bara börn. Ég vil sjá stóra háhyrninga, pabbi. Ég vil sjá mömmur þeirra og pabba!"

Orri reyndi nokkrum sinnum að kalla á stóru háhyrningana: „Háhyrningar... háhyrningar ... hvar eruð þið ... hvar eruð þið? Háhyrningar ... komið út að leika. Ég er Orri, vinur ykkar."

Háhyrningarnir létu hinsvegar ekki sjá sig. Þau sáu enga háhyrninga í þessari bátsferð og Orri varð fyrir miklum vonbrigðum eins og átta ára strákum er einum lagið.

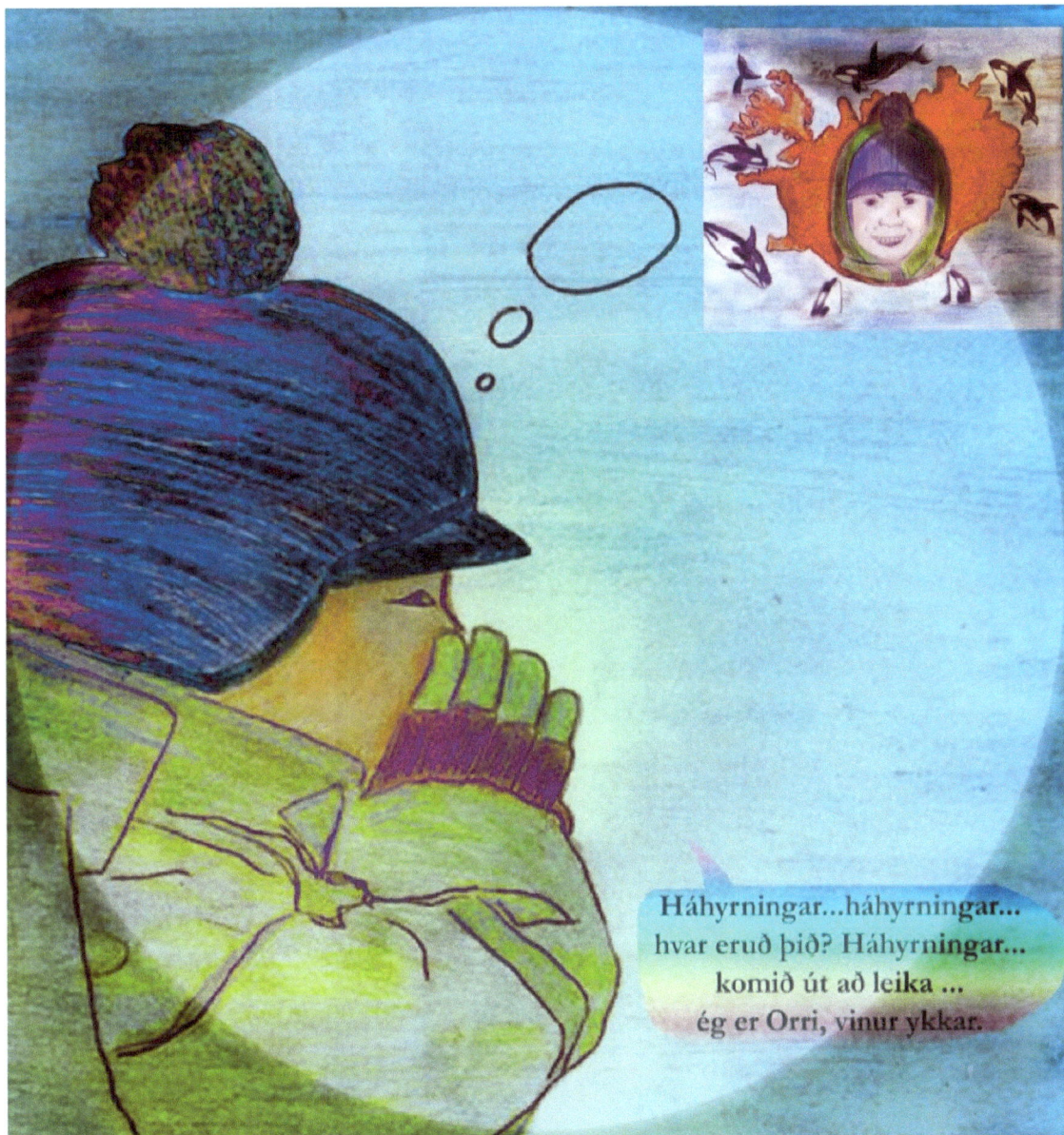

Tveimur mánuðum eftir bátsferðina voru Orri og foreldrar hans aftur á ferðalagi. Í þetta sinn var ferðinni heitið til norður hluta Íslands. Þau voru aftur í leit að háhyrningum. Bátsferðin byrjaði í fallegum bæ sem heitir Húsavík. Orri vonaði innilega að hann myndi sjá háhyrninga.

Báturinn var fljótlega kominn út á haf. Sólin skein en það var samt kalt og sem betur fer var ekki mikill vindur. Það viðraði vel fyrir hvalaskoðun þennan dag.

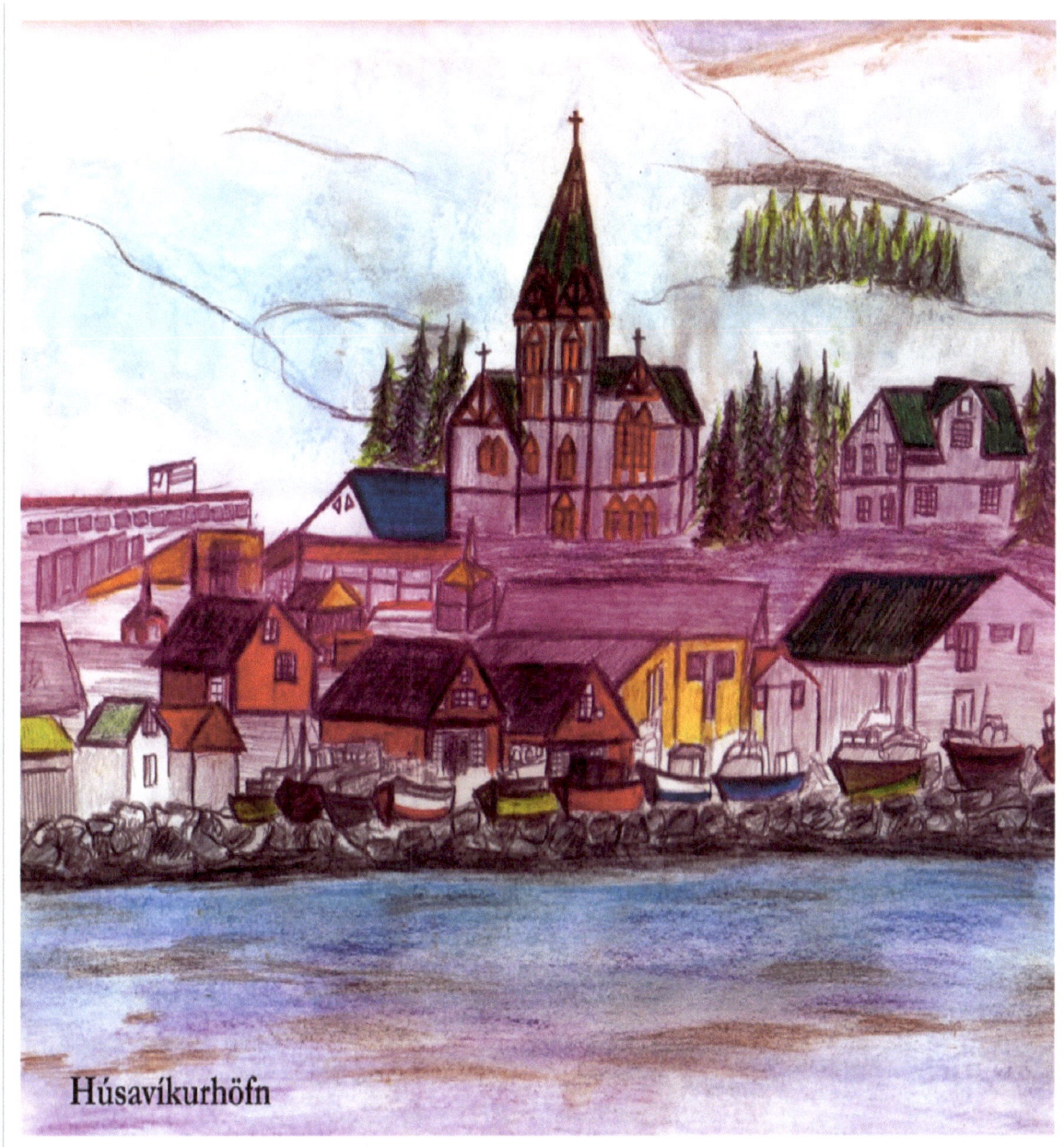

Húsavíkurhöfn

Orri var þögull og hugsandi og vonaði innilega að hann myndi sjá háhyrningana sem honum þótti svo vænt um. Eftir um þrjátíu mínútur eða svo kallaði einn fararstjórinn skyndilega til farþeganna: „Klukkan þrjú" og svo „klukkan níu" og hélt svo áfram að benda þeim á hreyfingu í sjónum.

Orri og foreldrar hans, og hitt fólkið í bátnum, voru brátt hugfangin af hvölunum og höfrungunum sem syntu á bakborða og stjórnborða, fyrir framan bátinn og aftan. Þau færðu sig um bátinn til að njóta útsýnisins sem best.

Skyndilega kom risa stór hvalur blásandi og stökkvandi upp úr sjónum rétt við bátinn. Orri var svo spenntur við þessa óvæntu sjón að hann kallaði: „Ég sá hann! Það var hnúfubakur, ég veit það! Ég sá hann!" Og svo: „Ó hann var svo stór!"

Hnúfubakur

Orri sá líka nokkrar langreyðar og kallaði: „Þarna, sjáðu, það er langreyður!" Hvalirnir köfuðu og birtust svo á ný, og syntu ótrúlega hratt þrátt fyrir stærðina. Orri var mjög spenntur að sjá svo marga hvali.

Langreyður

En svo var kominn tími til að snúa við. Orri sagði: „Hmm ... ég sá enga stóra háhyrninga, pabbi ... hvar eru þeir?" Hann spurði aftur: „hvar eru þeir, pabbi?"

Foreldrar Orra útskýrðu fyrir honum að hugsanlega væru háhyrningarnir farnir eitthvert annað. Þeir færu venjulega til annarra landa á sumrin og kæmu svo aftur til Íslands á veturna.

Orri skildi ekki útskýringuna, og hann virtist vera dapur þegar hann sagði: „Kannski eru þeir ekki lengur til, pabbi? Eru þeir til?" Hann hélt áfram „Kannski eru risastóru háhyrningarnir ekki til hérna? Ég held að þeir séu ekki hérna, pabbi. Kannski eru þeir einhvers staðar annars staðar, en ekki hérna. Kannski eru þeir í útlöndum núna. Þeir eru augljóslega ekki hér! Hvað heldur þú, pabbi?"

Pabbi Orra svaraði: „Hmm .... ég held að það geti verið, sonur. Við erum líklega of seinir. Háhyrningarnir gætu hafa farið eitthvert annað. En ekki hafa áhyggjur, einhvern tíman munum við sjá háhyrninga, stóra háhyrninga, Orri minn," lofaði pabbi Orra daufum og vonsviknum syni sínum.

Eftir þessa bátsferð veltu foreldrar Orra því fyrir sér hvað þau gætu gert til að bæta honum upp vonbrigðin. Myndi hann kannski jafna sig á þessu? Pabbi Orra byrjaði að undirbúa aðra hvalaskoðunarferð næsta vetur þegar háhyrningarnir kæmu aftur til Íslands. En mamma Orra sagði að hann myndi verða alveg miður sín ef þau yrðu óheppin og myndu ekki sjá neina háhyrninga. Þau voru bæði hrædd um að vekja falskar vonir hjá Orra og gera illt verra.

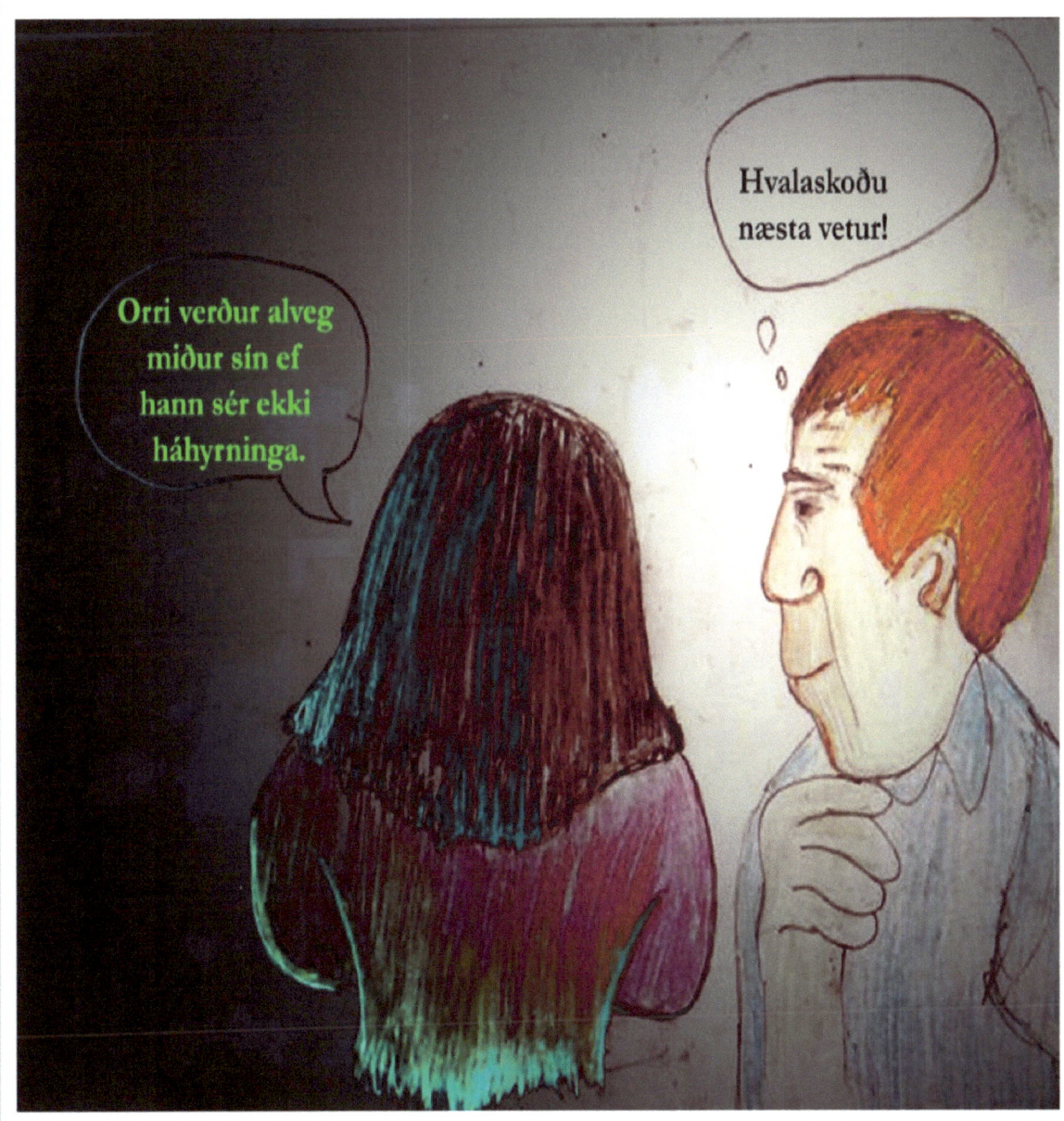

Tíminn flýgur áfram og það var næstum því ár liðið frá fyrstu hvalaskoðunarferðinni. Orri og foreldrar hans voru aftur í Grundarfirði. Í þetta sinn voru þau ekki á leið í hvalaskoðunarferð. Þau voru á leið í afmælisveislu hjá frænda Orra sem bjó á bóndabæ fyrir utan Grundarfjörð. Áður en þau fóru í afmælið stoppuðu þau á bensínstöð sem var við höfnina.

Orri horfði út á hafið og fannst hann sjá einhverja hreyfingu. Augu hans leituðu aftur og aftur á tiltekinn stað. Skyndilega sá hann eitthvað stórt og svart stökkva upp úr sjónum og kallaði á foreldra sína: „Ég sá háhyrning! Ég er viss um að það var háhyrningur.“

Orri og foreldrar hans gengu niður á bryggju til að sjá betur hvað var á ferðinni. Þegar þau komu nær sáu þau að það voru fimm háhyrningar að synda ekki langt frá landi. Andlit Orri fylltist gleði og spennu og hann sagði: „Þetta eru alvöru háhyrningar, háhyrningarnir sem ég hef verið að leita að. Ó, ég er svo glaður! Ég sá loksins háhyrninga, svo stóra og svo marga!"

Háhyrningarnir léku sér í sjónum og eltu hvern annan. Þeir blésu og stukku upp úr sjónum og lentu á bakinu eða hliðinni.

„Eru háhyrningarnir að leika sér, pabbi? Þeir virðast vera að skemmta sér," spurði Orri pabba sinn. „Já sonur, þeir eru eins og við. Þeir leika sér með fjölskyldunni sinni eða vinum sínum. Þeir eru ekki einir." Orri svaraði pabba sínum: „Þeim finnst gaman að leika sér saman, pabbi.“

Orri horfði hugfanginn yfir hafið og á háhyrningana sína í dágóða stund en sagði að lokum: „Háhyrningar eru svo fallegir. En þeir eru líka voðalega stórir. Við höfum ekkert pláss fyrir þá heima.“ Og Orri hélt áfram: „Ef við tökum einn háhyrning og setjum í fiskabúr heima þá verður hann einmana án fjölskyldunnar sinnar og vina og það er ekki gott að vera einmana, pabbi.“

Orri hélt áfram að horfa á háhyrningana í nokkrar mínútur í viðbót þangað til þeir syntu í burtu, lengra og lengra út á hafið. „Háhyrningar eru vinir mínir, mér þykir vænt um ykkur háhyrningar!“ kallaði Orri og veifaði glaðlega. „Bless, bless háhyrningar, sjáumst síðar!“ Það færðist ró yfir glaðlegt andlit Orra því hann vissi að háhyrningarnir voru ánægðir með vinum sínum í sjónum og að hafið var heimili þeirra.

Um höfundinn

Ida Surjani er húsmóðir sem býr í Kópavogi, Íslandi. Henni finnst gaman að ferðast, mála og elda góðan mat.

Orri og Orca (háhyrningurinn) er fyrsta barnabókin hennar Idu og um leið fyrsta bókin af mörgum um Orra. Bókin byggir á raunverulegum atburðum úr lífi sonar hennar, yndislegs drengs sem er á einhverfurófinu, en honum þykir ótrúlega vænt um háhyrninga. Einföld samtöl hans við föður sinn segja sögu sem ætti að höfða til ungra sem aldinna.

Höfundur hefur búið og stundað nám í þremur löndum og gefur þessa sögu út á þremur tungumálum, ensku, íslensku og indónesísku. Hún vonast til þess að þessi hugljúfa saga snerti hjörtu bæði barna og fullorðinna.